AF679067

കുഞ്ഞൻ കവിതകൾ

ഓർമ്മ

എൻറെയെൻറെയെന്നെന്നും
പറയുവാനാവുന്നതോർമ്മയില്ലാതാവുന്നത് വരെ മാത്രം....

ഹൃദയം

നിന്റെ സ്നേഹത്തണൽ
ദിനവും നുകർന്നുകൊണ്ടെൻറെ സത്വം നിലനിൽക്കുന്നു
ഹൃദയമേ....

സമ്പത്ത്

എന്താണ് സമ്പത്ത്?...
ഏറിയ സ്വത്താണോ?
ഏറെയായുള്ള സൗഹൃദ വലയമോ?
ഏറ്റക്കുറച്ചിലില്ലാതെ അന്യനെ നോക്കുവാൻ കഴിയുന്ന
കണ്ണുകളാമോ?
എറ്റവും ഉച്ചത്തിൽ ചുറ്റുപാടെത്തുന്ന ആജ്ഞാശക്തിതൻ
സ്രോതസ്സാകുന്നതോ?
എളിമയും വിനയവും എന്നും ഉതിരുന്ന ഉള്ള് കൊണ്ടാടുന്ന
ജീവിതമോ?
ഉയിരിനെ ശക്തമായ് ഊട്ടി, താരാട്ടുന്ന ഉൺമയാം
ആരോഗ്യദൃഢഗാത്രങ്ങളോ?
എന്താണ് സമ്പത്ത്...?

മനസ്സിൻറെ അടുപ്പം

ശബ്ദങ്ങൾ അക്ഷര ശകലങ്ങളാക്കി ആശയം കൈമാറും
മനസ്സുകളേ.....
ശബ്ദത്തെ മാത്രമായ് അക്ഷരമൊഴിവാക്കി
അർത്ഥസംപുഷ്ടങ്ങളാക്കിടാമോ?
ശബ്ദവുമൊഴിവാക്കി സംവദിക്കാൻ, മൗനമായ് കണ്ണിന്
സാധ്യമാമോ?
ദൃഷ്ടിയിൽപോലുമെത്താത്ത മനസ്സുകൾ പരസ്പരമറിയാതെ
കൈമാറിയാൽ
അങ്ങകലെയെങ്കിലും ആ മനസ്സുകൾ തമ്മിൽ ഉള്ള അകലങ്ങൾ
ശൂന്യമല്ലേ?

മഴ

മഴയെന്ന തത്വത്തെ
മുഴുവാനായ് മർത്യന്
അറിയുവാനായോ? ചോദ്യമാണ്....
പ്രകൃതി പൊട്ടിക്കരയുന്നതോ?
അതോ,
പ്രായോഗികമായ പ്രതിഭാസമോ?

ഉയർച്ച

ഉയരങ്ങളേറുമ്പോൾ
ഉള്ളിൻറെയുള്ളിൽ
ഉടയോനോടേറെ അടുത്തിടേണ്ടേ?
ഉയരത്തിലെല്ലാം മറന്ന് ഭ്രമിച്ചാൽ
ഉടയോരെപ്പോലും മറന്നിടില്ലേ?

ചാവ്

കൂട്ടം കുടുംബവും, കൂടെ മദിപ്പോരും, കരയാത്ത മരണം
വെറും ചാവ് മാത്രം...!

ഉറവിടം

നാമൊരു നേരമ്പോക്കാണെന്ന്,
നേരിട്ടറിയുന്ന നേരം,
നേരും നെറിയും വരും,
നെഞ്ചിൻ നെരിപ്പോടണയും,
നിമിഷങ്ങൾ നിറപുഞ്ചിരിയേറും,
നേർത്ത സ്നേഹം നരയും,
നിറഞ്ഞ മനസ്സോടെ രാത്രിപുല്കും,
നിലയ്ക്കാതെ പകലിനെ പുണരും,
നേരമ്പോക്കിൻറെ ഉറവിടം തേടും....!

കാവൽ

അച്ഛനും അമ്മയും അനിയനും കടലിൻറെ ഇക്കരെയെന്നെ
തനിച്ചാക്കിയോ?
തിരയൊഴിഞ്ഞിടാത്ത ജീവിതസാഗരം തനിയെ തുഴയാനോ
വിധിനിയോഗം?
എന്നുള്ളിൽ ഓർത്തുകൊണ്ടൊരു നിമിഷം അവൾ
കടലമ്മയോടായ് കരഞ്ഞുകേണു..
കാലനെ വെല്ലുവാൻ കെൽപ്പുള്ള കാരുണ്യ
ഭാവമത്‌കേട്ടുണർന്നെണീറ്റു..
ഉയിരോടെവന്ന് അവർ മൂവരെയും അവൾ ഉയിർ കാത്തു രക്ഷിച്ചു
കൂടെ നിന്നു...
ഉള്ളം തെളിഞ്ഞൊരു വാത്സല്യമോടവൾ-കടലമ്മ....കുഞ്ഞിനെ
നോക്കി നിന്നു...
കാലമേറെ കഴിഞ്ഞിന്നും ആ കുഞ്ഞിനെ കാത്ത് കാവലായമ്മ
നില്പൂ,
കാറിലും കോളിലും കാപട്യച്ചുഴിയിലും കാലിടറാതവൾ
കാവൽനില്പൂ...!

പ്രണാമം

സ്വർഗ്ഗലോകത്തിൻറെ താരകത്തെ,
താമരത്തളികയിൽ നീർത്തുള്ളിപോൽ,
തത്തിക്കളിക്കുന്ന തായ്മകളായ്,
കൈക്കുമ്പിളേൽക്കുന്ന തീർത്ഥമായി,
ലീലകളാടുന്ന ലൗകികലാസ്യമായ്,
ഈ ശൈവചേതസ്സിൽ ചേർത്തുവച്ചേകിയ,
കാലപ്രമാണമേ സത് പ്രണാമം....

അന്തി സംഭാഷണം

മൗനം, മൂവന്തിയെ, കാർമേഘക്കൂട്ടം പോൽ മൂടീടുന്നു....
മൂകരായ് സൗഹൃദം മരണം വരിക്കാതെ,
മൗനം വെടിഞ്ഞീടു കൂട്ടുകാരേ,
മേഘനാദം പോലെ മനസ്സിൽ നുരയ്ക്കുന്ന,
ചിന്തകളുറക്കെ ചൊരിഞ്ഞിടാമോ?

കാർവർണ്ണൻ

ആരൊളിക്കും കണ്ണ് പൊത്തും.....
രാവിനുള്ളിൽ പോയൊളിക്കും....
ഓടി വന്ന് കൈ കൊട്ടുക്കും...
ഓടക്കാർവർണ്ണാ....

ഉള്ളം

ഉള്ളിലേക്കൊന്നെത്തി നോക്കുവാൻ കഴിയാത്ത,
ഉള്ളതൊന്നുമേ ഉള്ളാലറിയാത്ത,
ഊരിലെ പ്രമുഖർക്ക് തീണ്ടാതെപോയൊരു,
ഉണ്മയല്ലോ ഉള്ളിൽ ആളിജ്വലിക്കുന്നു,
ഊമയാം ഉരിയാട്ടമില്ലാത്ത ലോകത്ത്....

കറുപ്പും വെളുപ്പും

കറുപ്പും വെളുപ്പും വേർതിരിച്ചിങ്ങനെ കരയുന്ന മാനുഷാ ഒന്ന് കേൾക്കൂ,
പലവർണമുടലിന് നൽകിയാലും അതിനുള്ളിലെ സത്വത്തിൻ വർണ്ണമെന്ത്?

തലച്ചോറ്

കണ്ണിന് കാട്ടാൻ കഴിയാത്തതുണ്ടോ?
പക്ഷേ തലയതിലിടപെട്ടാൽ
തണുക്കാം, തിളയ്ക്കാം, തിമിരവുമാക്കാം.....
തലയിൽ നിറങ്ങൾ കലരാതിരിക്കട്ടെ,
കണ്ണൊന്ന് ലോകം കണ്ട്തീർക്കട്ടെ......

ചെയ്തികൾ

എന്തൊക്കെയോ ചെയ്യാനെനിക്കിഷ്ടം......പക്ഷേ..
ഇഷ്ടമുള്ളത് ചെയ്യാനെനിക്കാവില്ല... കാരണം..
ഞാൻ ചെയ്യേണ്ടതൊന്നും ചെയ്തില്ല.. കൂടാതെ..
ചെയ്തവയൊന്നും പൂർണ്ണവുമല്ല... എങ്കിലും..
ചെയ്ത് ചെയ്തെവിടെയോ എത്തിനില്ക്കുന്നു...

പരിണയം

പരിണയമെന്നും പ്രാർത്ഥനപോലെ
പരിപാവനമാം പ്രണവ ലയം
പരമാത്മാവത് പണ്ടേ തന്നെ
പരസ്പരം എന്നെഴുതുന്നു
പൊരുത്തമോടത് പെരുത്ത മാനവൻ
പരുത്ത വഴികളിലലയുമ്പോൾ
പരോക്ഷമായൊരു കൈത്താങ്ങാകും
പരിശുദ്ധാത്മ പ്രണയസുഖം

<u>ഭാഗ്യജന്മങ്ങൾ</u>

പരസ്പരമറിയാതെ പൂരകമാകുന്ന മനസ്സിന്നുടമകളേ,
പാരിലെ പ്രൗഢമാം പ്രണയവികാരത്തിൻ പ്രാണനറിഞ്ഞവരേ,
പരിത്യാഗപൂർണ്ണമാം പരമസ്നേഹത്തിൻ പൂർണ്ണതകണ്ടവരേ,
ഭാഗ്യജന്മങ്ങളേ, പ്രണമിച്ചിടട്ടെ ഈ പാവനമാം പ്രേമത്തെ?.

വിദ്വേഷരോഗം

വിദ്വേഷരോഗം വിപത്തായ് തുടരുന്നു,
വിപരീതചിന്തകൾ വേരുറച്ചീടുന്നു.
മതവുംരാഷ്ട്രീയവും വർഗ്ഗവുംജാതിയും,
വിഷമയമാക്കുന്നു മാനുഷമാനസം.
വെളിയിൽനാംകാണുന്നവദനങ്ങളെനോക്കി,
വെറുതെചിരിക്കുവാൻപോലും കഴിയാതെ,
മതിവരുവോളംമറ്റുള്ളവരെ നാം,
വൃഥാപഴിച്ചോരോ നിമിഷവുംനീക്കുന്നു....

സുന്ദര സ്വപ്നം

ആ മുഖം മായാതെ മിഴികളിൽ തങ്ങുന്നു,
മനസ്സിൽ മധുരാനുരാഗം ഉദിക്കുന്നു,
മാസ്മരമധുവൂറുന്നു.....!
അറിയാതെയെൻ സ്വപ്നതോഴിമാരെന്നെ,
ആലിംഗനത്തിലേക്കാനയിക്കുന്നു,
അനുഭൂതിയിലലിഞ്ഞുപോകുന്നു,
ഞാൻ ആശ്ലേഷം അനുകരിക്കുന്നു....
ഓളത്തിൽ ഒഴുകും കളിയോടമായെന്നെ,
ഓമനിച്ചേതോ തീരത്തണയ്ക്കുന്നു,
ഓർമ്മകൾ അകന്നുപോകുന്നു... ഞാൻ
ഓടി അടുത്തടുത്തേക്ക് എത്തുന്നു...!

ശുദ്ധബന്ധം

എത്രയോ ബന്ധങ്ങൾ നാമിന്ന് കാണുന്നു.....
എത്രയെണ്ണം അതിൽ ശുദ്ധമായ് മാറുന്നു.....
എത്രവേഗം അവ ശൂന്യമായി പോകുന്നു.....
എത്രമാത്രം അതിൽ സത്യമായ് തീരുന്നു....!

സംസ്കാരം

മാതൃരാജ്യം പോലും സ്ത്രീയായ് പ്രതിഷ്ഠിയ്ക്കും
ശ്രേഷ്ഠതയുള്ളൊരു ഭാരതത്തിൽ,
മാതാവിൻ മേലേയായ് ദൈവമില്ലെന്നുള്ള
സത്യം പഠിപ്പിച്ച ഭാരതത്തിൽ,
സോദരിയ്ക്കെന്നെന്നും സംരക്ഷണമേകും
ഉൽസവം കൊണ്ടാട്ടും ഭാരതത്തിൽ,
സ്വന്തം ഗൃഹത്തിലെ സ്ത്രീകളോടെന്നുമേ
ആദരവേകുന്ന ഭാരതത്തിൽ,

സ്ത്രീകളിപ്പോഴും ചുറ്റുമുള്ളായിരം കണ്ണുകൾ പേടിച്ച് പിടയുമെങ്കിൽ,
എന്ത് ശ്രേഷ്ഠം? നമുക്കെന്ത് സംസ്കാരം? നാമെങ്ങിനെ അമ്മതൻ
മക്കളാകും?

സൗഹൃദം

ഒട്ടും വിരോധങ്ങൾ ഇല്ല...
ഒട്ടൊക്കെ സ്നേഹവും ഉണ്ട്...
ഒട്ടുമേ പറ്റാറുമില്ല...
ഒന്ന് വിളിക്കുവാൻ പോലും...!

ഇരുളും വെളിച്ചവും

കാഴ്ചകൾ കറുപ്പും വെളുപ്പും,
കറുപ്പിൽ മനം മടുക്കും!
വെളുപ്പിൽ മനം തുടിക്കും!
നന്മ നിറഞ്ഞൊരു ലോകത്തിനായ്,
ഇരുൾ നീങ്ങുവാനായ് കൊതിച്ചിടുന്നു...
വെൺമ നിറഞ്ഞൊരു ലോകത്തിനായ്,
കണ്ണടച്ചിരുൾകണ്ട് പ്രാർത്ഥിച്ചിടുന്നു...

ഞായർ

പകലോൻറെ പുലരിപ്രഭപരന്നു....
പുലരിതൻ രവിവാരവേഷം...!
അച്ഛനിന്നവധി, അമ്മയ്ക്കുമവധി,
അച്ചുക്കുട്ടന് സ്കൂളവധി.....!

അമ്മതൻ ചൂട് പകർന്നുറങ്ങാം....!
അച്ഛനുമൊത്ത് കളിക്കാം....!
അപ്പൂപ്പനുമായ് സവാരിപോകാം.....!
അമ്മൂമ്മയോട് ചിണുങ്ങാം...!

ഗായകർ

സ്വനതന്ത്രുക്കളിൽ സ്വരലയമുണർത്തുവാൻ
സ്വർഗ്ഗീയവരമേന്തുവോർ.....!
സംഗീതലഹരിയാൽ സകലതുംജയിക്കുന്ന
സ്വർലോകജന്മങ്ങൾ......!

സന്തോഷം

ചിരിവന്നിട്ടും ചിലപ്പോൾ,
ചിലപ്പോൾ ചിരിപ്പിക്കുകില്ല
സന്തോഷമുണ്ടെങ്കിലൂർജ്ജമുണ്ടെനിക്കെല്ലാമാസ്വദിക്കാൻ.......!
സന്തോഷമെപ്പോഴുമുണ്ടാകണേ....
സന്തോഷമെല്ലാർക്കുമുണ്ടാകണേ....!

ബന്ധങ്ങൾ

ബന്ധമുണ്ടാക്കുവാനെന്തെളുപ്പം,
ബന്ധം മുറിക്കുവാനെന്തെളുപ്പം...
ഉള്ളബന്ധങ്ങൾ തന്നിരുപുറം നോവാതെ
നിലനിർത്തി വാഴുവാനെന്ത് കഷ്ടം...!

ചിന്തകൾ

കുളിരുന്നൊരോർമ്മകൾ...!
കരയും മനസ്സിൻറെയറിയാതെ വന്നിട്ടും നഷ്ടമുഹൂർത്തങ്ങൾ...!
അങ്ങനെയായിരുന്നെങ്കിൽ.... ഇങ്ങനെയാകുന്നെങ്കിൽ...!
എങ്ങനെയാകുമോയെന്തോ...?
അന്ത്യമില്ലാതെ പോകുന്നു...
ആഴമറിയാതെ പോകുന്നു...
അറിയാതെ ചിന്തിച്ചുപോകുന്നു....!

പ്രണയം

പ്രാണൻ പിടയും പലപ്പോഴും...
പരിഭവമാവാമെപ്പോഴും..
പരിചിതമില്ലേ പ്രേമത്തെ..?
പരിഭാഷ ചെയ്യുവാനാകില്ല...
പകരം വെക്കാൻ കഴിയില്ല...!

ചാറ്റിങ്

ഉള്ളിലെയാഗ്രഹം... ഉള്ളുതുറന്നെഴുതാം..!
ഉള്ളതെല്ലാമറിയാം..!
ഊരിലെവിടെയായാലും.. ഓർക്കാംപരസ്പരം...,
ഓർക്കാപ്പുറത്തോരു ഓർമ്മപ്പെടുത്തലാകാം...!
ഒരുമയും ഓർമ്മയും ഒന്നിക്കുമീ
ചാറ്റിങ്ങൊരത്ഭുതം തന്നെ...!

ഏകാന്തത

ഏകാന്തതയെ വെറുത്ത്പോയെന്നാൽ
എപ്പോഴുമേകനാണെന്ന് തോന്നീടും,
ഏകനാണെന്നത് തോന്നാതെയായാൽ
ഏകാന്തതയ്ക്കായി ആഗ്രഹിച്ചീടും..!

അടുപ്പം

അടുക്കാതകലുമ്പോൾ........ വേദനയില്ല....!
അറിയാതടുക്കുമ്പോൾ...... വേഷങ്ങളില്ല....!
അടുക്കാതിരുന്നിടാം... അകലാതിരിക്കുവാൻ...
അകലാത്ത ബന്ധങ്ങൾ... അനശ്വരമാക്കുവാൻ...!

മനസ്സറിയുന്ന ബന്ധം

മാനസത്തിന്നൊരു ഭാഷയുണ്ടെങ്കിൽ
മിഴികളിൽ നാമത് കാണുകയില്ലേ..?
മനസ്സിൻറെ ഭാഷയൊന്നല്ലെങ്കിൽ നമ്മൾ..
മിഴികളെ തെറ്റായി വായിക്കയില്ലേ..?
മനസ്സറിയുന്നയീ ബന്ധങ്ങളെല്ലാം..
മിഴി നനച്ചീടാതെ മറയുമെന്നുണ്ടോ..?

കാലം

കായലിൻമീതേ കുഞ്ഞോളങ്ങൾ...
കാറ്റിൻറെ മക്കളാം കളിയോളങ്ങൾ...
കരളിൻറെയുള്ളിലോ ഭാവുകങ്ങൾ...
കനവിൻറെ നന്മതൻ കളിയോടങ്ങൾ...

കുളിരിൻറെ തണുവുള്ള മർമ്മരങ്ങൾ...
കുറയാതെ കാത്തിട്ടു കാലമേ നീ...
കാലമാകുന്നൊരീ യാത്ര തന്നിൽ...
കാലിടറൊല്ലേയെൻ കൂട്ടുകാരാ....!

അമ്മ

നമ്മുടെ ലോകം പലതാണ്,
ലോകം നമുക്ക് ചെറുതാണ്,
പക്ഷേ........
ചിലർക്ക് ലോകം നാമാണ്,
ഊണും ഉറക്കവും താരാട്ടും,
കളിയും ചിരിയും കുസൃതികളും,
എല്ലാമെല്ലാം നാമാണ്,
അഭിമാനിക്കൂ അമ്മേ നീ,
അമൂല്യമല്ലോ നിൻ ജന്മം....!!

<u>കാതൽ കൊണ്ടാടിയോർ</u>....

കണ്ണിൽ കൊടിയ കാമകാവ്യമോ, കൺകോണിൽ കളമൊഴി
കാന്തഭാവമോ..?
അരികത്തനന്തമാം മൂകനിമിഷങ്ങളെ
അലിഞ്ഞലിയിക്കുന്നൊരിന്ദ്രജാലമോ..!
മിഴികളറിയാതെ സംവദിക്കും, മനോഹരമാമീ മനഃ സഞ്ചാരം...!

കണ്ണിമ വെട്ടാത്ത കടങ്കഥയോ... കടക്കണ്ണറിയാത്ത
കടംവാങ്ങലോ...?
അതിമനോഹരമാം മൗനാനുരാഗത്തെ
അതിശയമാക്കുന്നൊരിഷ്ടനോട്ടമോ...!
മനസ്സറിയാതെ സല്ലപിക്കും, മധുരോദാരമീ മിഴി സംവാദം..!

കണ്ണ്കൊണ്ട് പ്രണയിച്ചോരും.... കാതൽ കൊണ്ടാടിയോരും...
ഇഷ്ടമെന്നൊരു രാഗമാസ്വദിക്കാൻ, കഷ്ടതയേറ്റമറിഞ്ഞതല്ലോ..

പ്രണയാധുനികം

പ്രണയാധുനികം ഫോണും ചാറ്റും SMSഉം ഡേറ്റിങ്ങും...
ജോക്കുകൾ പലതും മെയിലുകൾ വഴിയും കോളുകൾ വഴിയും
കൈമാറാം..
ഫേയ്സ്ബുക്ക് വാളിൽ ഷെയറുകളും ചില കമൻറ്കളും പല
ലൈക്കുകളും
ജോളിയടിച്ച് കറങ്ങിനടന്ന് ക്ളബ്ബുകൾ തോറും കാശെറിയാം..
പലപല രാവുകൾ ചുറ്റിനടന്നും ചേർന്ന് കിടന്നും രുചിയറിയാം...
ജാള്യതയെന്തെന്നറിയാതാണും പെണ്ണും
കൈകോർത്തൊന്നാകാം....

പൊന്നോണം

പൊന്നിൻ പുലരി പിറന്നു, പുതുവർഷം വന്നു,
പല ദേശങ്ങളിൽ പല വേഷങ്ങളിൽ പാർക്കുന്ന മലയാളി
പൂമുഖത്തോടിയെത്താൻ, പൂമരത്തണലിലിരിക്കാൻ,
പൂ പറിച്ചുല്ലസിക്കാൻ, പുലിവേഷംകെട്ടാൻ,
പായസമുണ്ണാൻ, പഴമയെപുല്കാൻ,
പോരൂ പോരൂ പൊന്നൊണമായ്...!

കേരളപ്പിറവി

പിറന്ന് വീണ മണ്ണിനായ്
പെരുത്ത മോദമോടെ ഞാൻ
പിറന്ന നാളിനായിതാ
മംഗളങ്ങൾ നേരുന്നു!!

നിശ

പകലിൻറെ പിൻമുറക്കാരി...
സന്ധ്യതൻ സഹോദരി...
നിശ്ശബ്ദതയിൻ തോഴി....
സ്വപ്നങ്ങൾ തൻ സഹചാരി...

ഏറ്റം മദ്യത്തിന് ലഹരി...
ഏറെ മദിരാക്ഷിക്കാഹരി...
തസ്കരർക്ക് പുലരി...
പക്ഷേ.....
ഉഷസ്സിൻറെ ധരിണി....!

കാമം

മരാളികേ നിൻ അധരത്തിൽ
മധുരം മനസ്സ് മോഹിക്കും
അനാമികേ നിൻ മേനിയുടെ
അനുഭവം അറിയാൻ ആശിക്കും...

നീ മാത്രം

മാനത്ത് നിൻ മുഖം കാണുന്നു,
മൗനത്തിൽ നിൻ ചിരി കേൾക്കുന്നു,
മനസ്സിൽ നീ മാത്രം നിറയുന്നു,
ഇത് തന്നെയാണോ പ്രണയം

വരുമോ നീ?

മതമേതെന്ന് അറിഞ്ഞില്ല
മനമറിയാൻ കഴിഞ്ഞില്ല
മതിവരുവോളം കണ്ടിടാൻ
മിഴി നിറയുന്നു വരുമോ നീ...?

കാമന

കണ്ണിൽ ഞാൻ നോക്കിയിരുന്നു
കഥകൾ ആയിരം കൈമാറട്ടെ...?
കാലത്തിന് കവരാൻ ആവാത്ത
കാമനകളുടെ കലവറ തുറന്നോട്ടെ...?

കുരുന്നുകളോട്

പ്രകൃതിയെ നമ്മുടെ വീടായ് കാണാം
വീട്ടിൽ ചവറുകൾ തള്ളാമോ..?
വേണ്ടാത്തവയെ വീട്ടിൽ തള്ളാൻ
പ്രാകൃതരാണോ നാമിന്ന്...?

ചപ്പും ചവറും പ്ലാസ്റ്റിക്കും
സംസ്കരണത്തിന് കൊണ്ടുപോവാം
ചെറിയ കുരുന്നുകൾ നമ്മൾക്കായ്
സ്വർഗ്ഗം നാളെയുയർന്നീടും...

പ്രകൃതീസുന്ദരി

പച്ചനിറം പരിശുദ്ധനിറം
പ്രകൃതീസുന്ദരി തൻറെ നിറം
മരവും ചെടിയും നട്ടീടാം
മഴയും വെള്ളോം നേടീടാം..

തണല്

ചുട്ടുപൊള്ളുന്നൊരു വെയില് വേണോ അതോ
ചാമരം വീശും കുളിരു വേണോ?
വിണ്ടു വരണ്ട മരങ്ങൾ വേണോ അതൊ
വിശ്രമിക്കാനായി തണല് വേണോ?

പരിസ്ഥിതി

മക്കൾ പരസ്പരം വെള്ളത്തിനായിട്ട്
മത്സരം ചെയ്യുന്ന കാലമാകും
മക്കളേ നിങ്ങൾ പരിസ്ഥിതി നോക്കണം
മലയാള നാട് രക്ഷിക്കവേണം..!

ചവറ്

തോട്ടിലും പുഴയിലും കായലിലും
ചവറ് കൊണ്ടെറിയല്ലേ കൂട്ടുകാരേ
ചേറ്റിലും ചെളിയിലും കാനയിലും
തണ്ണീരിനായ് നാളെ കാത്ത് നില്ക്കാൻ
ഗതിനമുക്കാവേണ്ടതില്ലയെങ്കിൽ
ഗ്രാമവും നഗരവും കാത്ത് കൊൾവിൻ

ദാമ്പത്യം

പരസ്പര വിശ്വാസം.. സ്നേഹം..
സഹവർത്തിത്വം... ത്യാഗം...
സമവായം... സമാധാനം..
സമർപ്പണം... സത്യാവബോധം...!

സോഷ്യൽ മീഡിയ

എല്ലാരുമെന്നും സന്തോഷം,
ആരെവിടെയെന്ത് വിശേഷം,
സന്താപമില്ലിതിലശേഷം,
ഒരു സങ്കല്പലോകം സമക്ഷം...!

കോളേജ് ലൈഫ്

കോളേജ് ലൈഫോർത്തുപോയാൽ
കോൾമയിർകൊള്ളും പണ്ടാരം
അന്നത്തെഫ്രണ്ട്സ് മിണ്ടാൻവന്നാൽ
അന്നൊരുസുഖവും സന്തോഷോം
പൊട്ടത്തരങ്ങളോർത്താലോ
മുഴവട്ട് പിടിച്ച് ചിരിച്ചീട്ടും..

അപ്പൂപ്പൻ

അപ്പൂപ്പനും കൊച്ചുമക്കളും കൂടിയാൽ
ആ മുഖം പുഞ്ചിരിപ്പൂരമാകും
അവരുടെയിഷ്ടത്തിലെത്രയോ കഥകൾ
ആവേശമോടെ പറഞ്ഞ് നല്കും
അമ്മയോ അച്ഛനോ അടിയ്ക്കുവാനോങ്ങിയാൽ
ആ കുഞ്ഞിനെ വാരി മടിയിലാക്കും
അവർക്കൊരു ചെറു പനി വന്നെന്നറിഞ്ഞാൽ
ആ മനം വാടി തളർന്നിരിയ്ക്കും
അത്രയ്ക്ക് സ്നേഹമാണപ്പൂപ്പനവരോട്
ആ സ്നേഹം മാറിനിന്നാസ്വദിയ്ക്കൂ....

പഠനദിനങ്ങൾ

പോകാം നമുക്കൊരിത്തിരി നേരം
പുറകോട്ടോർമ്മയിൽ പോയിവരാം
പഴയദിനങ്ങൾ പഠനദിനങ്ങൾ
നമ്മൾ നാമായ് വളർന്ന ദിനങ്ങൾ

മധുരം വന്നു നിറഞ്ഞ് കവിഞ്ഞോ?
സുഖതരംഓർമ്മകളോടിവരുന്നോ?
പുഞ്ചിരി ചുണ്ടിൽ തനിയെ വരുന്നോ?
ചെറുനിശ്വാസമുതിർന്ന് വരുന്നോ?

മാതാപിതാക്കൾ

ഇന്നു നീയിങ്ങനെ തിമർത്താടുവാൻ,
രണ്ട് ജന്മങ്ങൾ കാരണമായുണ്ട് മർത്യാ
ഇന്നു നീയിങ്ങനെ തടിപോലെ നിൽപാൻ,
നീണ്ടൊരു തപസ്യയുടെ നോവുണ്ട് മർത്യാ...!

അപകടമരണം

ഏല്ലാവരും വന്നമ്മയ്ക്കരികിലിരിക്കുന്നു....
ചിലർ കരയുന്നു... ചിലരനിയത്തിയെ വാരിപ്പുണരുന്നു...
ചിലർ മോളേയെന്ന് വിളിച്ചരികിൽ വരുന്നു...
അമ്മയുമമ്മൂമ്മയും കരയുന്നു....എന്താണ് സംഭവം...?
എന്തുതന്നെയായാലും അച്ഛനെ പിന്നെ ഞാൻ കണ്ടിട്ടില്ല...!
എനിക്കച്ഛനെ കാണണമായിരുന്നു...!
അച്ഛനെ വേണമായിരുന്നു...!

നർമ്മ കവിതകൾ

ഹർത്താൽ

ഹർഷാരവത്തോടെയവരാചരിക്കും
ഹർത്താലെന്നൊരു കോലാഹലം

പൊതുജനനികുതിയിൽ പടച്ച പലതും
പൊട്ടിത്തകരുന്ന കോലാഹലം

പണിയെടുക്കുന്നോർക്ക് പണികൊടുക്കുന്നൊരു
പിന്തിരിപ്പുത്സവ കോലാഹലം

ഹുങ്ക് കാട്ടും കുറെ വങ്കൻമാരുടെ
പൊയ്മുഖം കാട്ടുന്ന കോലാഹലം..!

സഭാതർക്കം

അതിവെണ്മയിലാവോളം, അച്ചൻമാരുടെ വചനം...!
ആർക്കോവേണ്ടി സമരം, അതിനാദ്യന്തം മത്സരം.....!
അവിടുത്തേക്കറിയുന്നുണ്ടോ അങ്ങയുടെ നാമം...!
അതുപയോഗിച്ചല്ലോ, അവരുടെ യുദ്ധം..!

തേപ്പ്

പണ്ടൊരു പെണ്ണിവനിട്ടൊരു പണിയും
പണിയുടെ കൂടൊരു പ്രേമച്ചിരിയും
പലപല സ്വപ്നവുമേകീട്ടൊരുനാൾ
പുന്നാരപ്പെൺ മുങ്ങീല്ലോ

മസില് പിടുത്തം

ചുള്ളൻ, മുള്ളാൻ പോയാപ്പോലും
മീശ പിരിച്ചേ പോകാറുള്ളൂ
കള്ളൻ, കാമിനിമാരെ കണ്ടാൽ
കുറുകി കൂടാറുണ്ടല്ലോ...!

വോട്ട് മഹാമഹം

അമ്പമ്പോ ദേ അത് വന്നെത്തീ,
വമ്പൻമാർ പലർ കൊമ്പുകുലുക്കീ,
ഗോദയിലിറങ്ങണവോട്ടിങ്ങെത്തീ
രാഷ്ട്രീയത്തിൻ കസർത്ത് തുടങ്ങീ

ആരോപണ പ്രത്യാരോപണവും
ആശയപരമാം അഭ്യാസങ്ങളും
കവലകൾ തോറും കളിപോരാഞ്ഞീ-
കംപ്യൂട്ടറിലെ ക്യാൻവാസിങ്ങും

അതുമിതുമെല്ലാം കണ്ടുമടുത്തവർ
അവരുടെ അനുഭവമെന്ന് നിനച്ചവർ
ആവേശത്തിര ആഞ്ഞ് വരുമ്പോൾ
ആരും അറിയാതവിവേകികളായ്

അവരവരുടെ ആ വലിയൊരു പടവാൾ
വോട്ടിങ്ങെന്നൊരു വിലയേറിയവാൾ
വെറുതെയാർക്കോ വേണ്ടിച്ചെയ്യാ-
തൊരുനാടിൻ നാളേയ്ക്കായി ചെയ്യൂ

നമ്മുടെ മക്കൾ കുഞ്ഞനിയൻമാർ
അവർക്ക് നല്ലൊരു ജീവിതമേകാൻ
കരുത്ത് പകരാൻ കെല്പുള്ളവരെ
വിജയശ്രീലാളിതരാക്കിടൂ......

ടെക്കി

മുക്കുകൾ തോറും പാർക്ക് തുടങ്ങാൻ
ഏക്കർ കണക്കിനു ഭൂമിയെടുത്തു
കോടി മുടക്കി കോട്ടകൾ പണിതു
കുട്ടികളേ കൊട്ടാരം കണ്ടോ
പെട്ടെന്നൊന്നു വളർന്ന് വരേണം
ടെക്നോപാർക്കിൽ പോയീടേണം

ടെക്നോളജിയുടെ പുലിയാകേണം
ടക്കനെ ജോലീൽ കേറീടേണം
ടെക്കികളായിരമയ്യായിരമായ്
ടെക്കിയെ മുട്ടി നടക്കാൻമേലാ
"ടെക്കി" ലേബല് വീണവരിവരോ
ട്രാവൻകൂറിലെ ചൂഷിത വർഗ്ഗം

പേപ്പറിനുള്ളിൽ പലപല ഓഫർ
പോക്കറ്റിൽ വരുവത്ചെറുതുകയും
നാട്ടിലെ മേലാളൻമാരൊക്കെ
നോട്ടമിടുന്നത് ടെക്കിയെയല്ലോ
ടെക്കിയൊരോട്ടോയിൽകാൽവച്ചാൽ
നൂറിന് താഴെയതെങ്ങനെ വാങ്ങും

ടെക്ക്നോപ്പാർക്കിന് ചുറ്റും വാടക
താജിലെ റേറ്റും തറ സെറ്റപ്പും
ടെക്നോപ്പാർക്കിലെ സാറാണെങ്കിൽ
കമ്മീഷന് മേൽകൈമണി വേറെ
ടെക്നോപ്പാർക്കിലെ സാറിൻവീട്ടിൽ
തേങ്ങയിടാനൊരു സ്പെഷ്യൽറേറ്റാണ്

ടെക്നോപ്പാർക്കിലെ സാറിന് നല്കാൻ

കടയിലെ വിലയിൽ സർചാർജ്ജുണ്ടേ
സ്റ്റിക്കർ പതിച്ചൊരു വണ്ടികൾ കണ്ടാൽ
സർവീസ് ചാർജ്ജം സർപ്രൈസാകം
ടെക്കിക്കാണൊരു പനി വന്നേങ്കിൽ
ബൈപ്പാസിൽ അത് തീർന്നാൽ ഭാഗ്യം

ഇൻഷ്വർ ചെയ്തൊരു ടെക്കിയതെങ്കിൽ
ഐ സി യു വിലൊതുങ്ങുകയില്ല
ഇങ്ങനെയൊക്കെ ഇവരെ പിഴിയാൻ
ഇവരുടെ കാശ് മരത്തീന്നാണോ
കൊടിയുടെ പേരിൽ കേറിക്കൂടിയ
കൊള്ളരുതാത്തവരൊന്നുമേയില്ല

മറ്റൊരു പാത്രത്തിൽ കൈയ്യിട്ടിവ-
രാരും ഒരിത്തിരി ചോറുണ്ണില്ല
ജോലിക്കായി രാവിലെ വന്നാൽ
ഒപ്പം കാട്ടീട്ടിവർ പോകില്ല
ഇവരുടെ വരവിലെ ഓരോ മണിയും
വിയർത്ത് നേടിയ ഫലമാണല്ലോ

എങ്കിലുമെല്ലാരിലുമൊരു സംശയം
ടെക്കികൾ നിധിയുടെ അക്ഷയ ഖനിയോ....?

മലയാളി

മലയാളികളെ കണ്ടാലറിയാൻ
മുഖവും മീശേം നോക്കേണ്ടല്ലോ
പുച്ഛം മൂർച്ഛിച്ചുള്ളൊരു വാക്കുകൾ
കേൾക്കുകയാണേലത് കട്ടായം
അത് മലയാളിയ്ക്കുള്ളൊരു -
വൈഭവമാരേം പറയും കുറ്റങ്ങൾ
അവനാ ചെയ്തത് ശരിയായില്ല
ഇവനീ വന്നത് മതിയായില്ല
താജ്മഹൽ പണിതത് നന്നായില്ല
തായ്തരും ഊണിന് വേവായില്ലാ

"നന്നായ്"എന്നൊരു വാക്കത് മല്ലു
പണ്ട്പറഞ്ഞെന്നൊരു കഥയുണ്ടല്ലോ
പശ്ചാത്താപം കൊണ്ടവനന്നൊരു
കയറിൽ തൂങ്ങിയ കണ്ടവരുണ്ടേ
അവനറിയാത്തവയൊന്നുമതില്ല
ആക്ഷേപങ്ങളതും തീരില്ല
വയറ് ചൊറിഞ്ഞാ വായതുറന്നൊരു
വാചകമടിയതു ബഹുരസമല്ലോ

എങ്ങനെയുണ്ടെന്നുള്ളൊരു ചോദ്യം
"അങ്ങനെപോകുന്ന്"എന്നവനോതും
ഈയൊരു ചോദ്യം തമിഴനൊടായാൽ
ജോറായിറുക്ക് എന്നവനോതും
ഹിന്ദിക്കാരനതിൻ ബദലായി
"മജേമേം ഹോ സാബ്" എന്നറിയിക്കും

കോവിലിൽ പോകും കുറിയും ചാർത്തും
ഗോപാലകൃഷ്ണനേം കുറ്റം പറയും

എത്...ത്രനാളായ് ഞാൻ തൊഴുവുന്നു
എത്...ത്ര നാണയം ഞാനേകുന്നു
ഇങ്ങനൊരാളിവിടുണ്ടോ എങ്കിൽ
ദേണ്ടവനാക്കഴിവെല്ലാം പോമോ?

എന്താണിങ്ങനെ ഈ മലയാളി
എല്ലാത്തിലുമൊരു കുറ്റം കാണ്മൂ ?
എന്താണിങ്ങനെ ഈ മലയാളി
എല്ലാത്തിലുമൊരു കുറ്റം കാണ്മൂ ?

മരണപ്പാച്ചിൽ

ഡ്രൈവിംഗ് ഡാൻസ് കളിച്ചിട്ട്,
പ്രാണൻവിട്ട് പറന്നിട്ട്,
റോഡിൻകുഴിയിൽ വീണിട്ട്,
വാച്ചിൽനോക്കി നട്ടങ്ങീട്ട്,

ഇടതും വലതും നോക്കാതെ,
കണ്ണിമയൊട്ടുംചിമ്മാതെ,
കാലിൻ തകധിമിതില്ലാന,
കൈകൾ കൊണ്ട് കലാശങ്ങൾ,

ബ്ളോക്കുകൾ ജാമായ് മാറുമ്പോൾ,
കണ്ണുമടച്ച് തിരിച്ചിട്ട്,
ചെറുവഴികേറി കുറുവഴിചാടി
തെറിയുംകേട്ട്, പറഞ്ഞുംകൊണ്ട്

പോകുന്നിടമൊന്നെത്തണമെങ്കിൽ
നന്നായ്ഭാഗ്യംചെയ്യേണം...!

വിദ്യാർത്ഥി സമരം

സംഗതികളുണ്ടോ നാട്ടിൽ?
കുട്ടികളെ തെരുവിലിറക്കാൻ?
അവറ്റകൾക്കെന്നുണ്ടാവും
അക്ഷരം "പാച്ചാൻ" നേരം?

പോത്തനും മാത്തനുമിവിടെ
കൊഞ്ഞനം കുത്തിയ നേരം
"പുത്തകം" "ഒക്ക"ത്താക്കീ
കുട്ടികൾ കല്ലേറിയായി

വീട്ടില് കഞ്ഞിവിളമ്പാൻ
കാൽക്കാശ്കൊടുത്തില്ലേലും
ഹോസ്റ്റലിൽ വാറ്റ് വരുത്താൻ
വാച്ചെടുത്ത് വിൽക്കുംപിള്ളേർ

പാച്ചനും മ്ളേച്ഛനുമിവിടെ
പേ പിടിച്ചാടിയ നേരം
മോന്തയിൽ കർച്ചീഫ് കെട്ടി
വടിയുമായ് റോഡിലിറങ്ങീ

ഏമാൻറെ തോളിലിരുന്ന്
ആശാൻറെ മടിയിൽ ഇരുന്ന്
ചെറുകപികൾ ചുട്ടുചോറുകളിൽ
ചാടിമറിഞ്ഞ് മരിച്ചീടുന്നു...!

വലിയ കവിതകൾ

പ്രാണനേ

മന്ദാരം പോൽ.... മാടിവിളിക്കുന്നു....
മിഴികളിലേതോ.... മഴ ചുരത്തുന്നു...
മകരന്ദമധു പുഷ്പമേ....
വസന്തമേ....
മൊഴിയുവാനാവാത്ത സൗന്ദര്യമേ.....

മേഘദൂതംപോൽ....മാറിടംനിറയുന്നു....
മൃദുലവികാരത്തിൻ....മോഹംതളിർക്കുന്നു....
മധുകരമണി സ്വപ്നമേ....
ശലഭമേ....
മാദകമൊഴിയാത്ത സൗഗന്ധമേ.....

പിരിയരുതേ.... ഒന്നും പറയരുതേ... നീ മറയരുതേ....
പ്രാണനേ....
മൊഴിയുവാനാവാത്ത സൗന്ദര്യമേ.....
മാദകമൊഴിയാത്ത സൗഗന്ധമേ.....

നീലനിലാ പോൽ.... നീ ചിരിക്കുന്നു.....
നിണമാകെ ഏതോ.... നാദം പൊഴിക്കുന്നു....
നവനീതനൈർമ്മല്ല്യമേ....
നിരുപമേ....
നുണക്കുഴികവിളുള്ള സൗഭാഗ്യമേ....

നീലവാനം പോൽ.... നീ പുണരുന്നു.....
നിഗൂഢരാഗങ്ങളും..... നാണംമറക്കുന്നു.....
നിമിഷനിലാപത്മമേ.....
പ്രണയമേ.....
നറുതേൻനുകരുന്ന സംഗീതമേ....

പിരിയരുതേ.... ഒന്നും പറയരുതേ... നീ മറയരുതേ....
പ്രാണനേ....
നുണക്കുഴികവിളുള്ള സൗഭാഗ്യമേ....
നറുതേൻനുകരുന്ന സംഗീതമേ....

ഭൂമിയമ്മ

മഴയെൻറെ മിഴിനീര് മകനേ,
മൃഗമാം മനുഷ്യൻറെ മാതാവ് ഞാൻ, മുലയൂട്ടി മരണം വരിപ്പൂ......

മാറ് പിളർന്നവൻ, മാലിന്യം എറിയുമ്പോൾ, മാറത്തണയ്ക്കാൻ ശ്രമിച്ചു...
മാറിൽ കിടന്നവൻ, മാന്തിപ്പൊളിച്ചവൻ, മാളിക കെട്ടി മദിപ്പൂ....!!!

മറയാത്ത മാറിലെ പാറ പൊട്ടിച്ചവൻ, മണിസൗധം എത്രയോ തീർത്തു..
മഹിയുടെമനസ്സിൻറെ ചോര ചീന്തിച്ചവൻ മധുവെന്ന് ചൊല്ലി കുടിപ്പൂ...!!!

മണ്ണിൽ ഞാൻ ജന്മം കൊടുത്തവയെല്ലാമെൻ
ഉണ്ണികൾക്കാണെൻറെ പൊന്നേ...
മതിയാക്കുമോ നിങ്ങൾ മാലോകരെ, എൻറെ മജ്ജയെകൊല്ലുന്ന മോദം...!!!

മഴയെൻറെ മിഴിനീര് മകനേ,
മൃഗമാം മനുഷ്യൻറെ മാതാവ് ഞാൻ, മുലയൂട്ടി മരണം വരിപ്പൂ......

പകലന്തിയോളവും പാതിരാവ്വും, എൻറെ പള്ളയിൽ പ്ലാസ്റ്റിക് ഭാണ്ഡം...
പട്ടണം പണിതിട്ടും, പണ്ടങ്ങൾ വാങ്ങീട്ടും, പായുന്നു പെണ്ണിൻറെ മാനം...!!!

പാതകം ചെയ്യുന്ന പരദേശ ദ്രവ്യങ്ങൾ പാനീയമാക്കി പ്രബുദ്ധർ...
പുരുഷൻ പലപല പേരുകൾ സൃഷ്ടിച്ചു പറയാൻ, പിണങ്ങാൻ, പഴിചാരാൻ...!!!

പത്രോസ്, പരീതും, പരമവും, പരസ്പരം പൊറുക്കാൻ മറന്നപുത്രന്മാർ...
പകരാൻ, പകർത്താൻ,പറ്റാപ്പഴങ്കഥ പോലെയായ് പാരിലെ സ്നേഹം...!!!

സ്വാതന്ത്ര്യ സുദിനം

ധീരന്മാരുടെ ഓർമ്മദിനം,
സ്വാതന്ത്ര്യത്തിൻ നല്ല ദിനം,
അറിവുകൾ നേടാം ആഹ്ളാദിക്കാം,
നന്മകൾ മാത്രം ചെയ്തിടാം,

ധീരജവാന്മാർക്കായി ജനം,
ആദരവേകും നല്ല ദിനം,
സാഹോദര്യം പകർന്നീടാം,
സ്വാതന്ത്ര്യത്തെ കാത്തീടാം,

ഭാരത വാസികൾ തൻറെ മനം,
നിറയും രാജ്യസ്നേഹദിനം,
ആഘോഷിക്കാം അഭിമാനിക്കാം,
അഖണ്ഡതയ്ക്കായ് പോരാടാം,

സ്വതന്ത്ര ഭാരത ജന്മദിനം,
ത്രിവർണപതാകയിൻ പ്രൗഢദിനം,
നമ്മുടെ ഭാരത സംസ്കാരം,
നാമൊന്നായ് ചേർന്ന് വളർത്തീടാം .

വയലാർ

ആരൊരാളെൻ കുതിരയെക്കെട്ടുവാൻ..?
അശ്വമേധത്തിലൂടെക്കുറിച്ചവൻ..
ആയിരങ്ങൾതൻ സ്പന്ദനമായവൻ..
ആയിരം പാദസരങ്ങൾ രചിച്ചവൻ...!

ആളുമല്ലഞാനങ്ങേ സ്തുതിക്കുവാൻ...
ആരുമില്ലയാ തൂലികാതുല്യനായ്...
ആർക്കുമാവില്ലയാഅഗ്നിനക്ഷത്രമായ്...
അങ്കംജയിച്ചോരു സർഗ്ഗം രചിക്കുവാൻ...

ധ്യാനലീനനായങ്ങിരിക്കുമ്പോഴും...
ധന്യമാക്കിയാ പ്രേമസംഗീതങ്ങൾ...
ഗാനമങ്ങയോടൊപ്പം മരിച്ചുവോ...?
ഗേഹാതുരത്വവും ഗാഢമായ്മാറിയോ..?

വയലാറിൻവാക്കുകൾക്കായി ദാഹിക്കുന്നു...
വാസന്തപഞ്ചമികിനാവ് കണ്ടീടുന്നു...
വേറെവിപഞ്ചിയിൽ പടരുവാനാവാതെ...
വേറിട്ടവേർപാട് വേദനിച്ചീടുന്നു....

ആയിരം ഗാനങ്ങളായിരം ചിന്തകൾ...
ആരിലുംദീപ്തമാക്കുന്നസാരങ്ങൾ...
അനുരാഗജീവനിൽ രാഗമാല്യങ്ങളായ്
ആത്മാവിനോടായി കേണപേക്ഷിക്കുന്നു....

അങ്ങ് വിണ്ണിൽ പുനർജ്ജനിച്ചീടുമോ...?
ആ സൃഷ്ടിയാൽ ചിരഞ്ജീവിയെങ്കിലും...
ആഗ്രഹിച്ചോരിനിയൊരു ജന്മവും....
അദ്വൈതത്തിൻ മനോഹരതീരത്ത്...

ഭീരുക്കൾ

സ്ത്രൈണമീ ലോകമഹാപ്രപഞ്ചം,
സ്ത്രീരൂപമീ സൃഷ്ടിസ്ഥിതി സർവ്വസ്വം...
സൗഗന്ധ, സൗന്ദര്യ, സൗഭാഗ്യമത്രയും,
സ്ത്രീലിംഗവേഷപകർച്ച മാത്രം...
രമണന് രതീദേവി ഭാര്യയായി...
കണ്ണന് യശോദയാമമ്മയായി...
ദുര്യോഗനേരത്ത് രാമന് താങ്ങായ്
കാനന വാസിയാം സീതയായി..
സൃഷ്ടിയാം ദേവിയായ്,
സ്ഥിതിയാം ലക്ഷ്മിയായ്,
സംഹാര മൂർത്തിയാം കാളിയായി..
സർവ്വം സഹയായ ജനനിയായി,
അന്നമേകും അന്നപൂർണ്ണയായി..
നീരിൻ നനവേകാൻ നീറും നോവുമായ്
നിന്നുനിന്നൊഴുകുന്ന നിളയുമായി...
അറിയുവാനാഴങ്ങളായിരമുള്ളൊരു
'അല' അലങ്കാരമുള്ളാഴിയായി...
സ്വത്തിന്റെ സത്തയും,
സംബന്ധ ശക്തിയും,
സംസാര കാരിണി മായയായി,
സംസ്കാര, സന്മാർഗ്ഗ, സദാചാരബോധങ്ങൾ,
സാമൂഹ്യമാക്കാൻ സ്ത്രീ നിമിത്തം..
ഒരുവനുയർച്ചയും സ്ത്രീ നിമിത്തം,
മറ്റൊരുവന്ന് താഴ്ചയും സ്ത്രീ നിമിത്തം,
നാണവും നോട്ടവും നിർമ്മല വികാരവുമെല്ലാം വശമുള്ളതവൾക്ക്
മാത്രം...
സൈ്വര്യവും, സ്വകാര്യവും, സൗഹൃദ സ്നേഹവും,
സ്വപ്നവും സാർത്ഥകം സ്ത്രീക്ക് മാത്രം..
സ്വർണ്ണാഭരണവും, സുവർണ്ണമാം ആടയും,

സുഗന്ധമാം ലേപവും, സുന്ദരമാവത് സ്ത്രീക്ക് മാത്രം..

എന്നിട്ടും നിന്നെയബലയാക്കാൻ, എല്ലാം സഹിക്കേണ്ട വർഗ്ഗമാക്കാൻ,
എല്ലാരുടെയും ദാസിയാക്കാൻ, ഇത്ര ഭീരുക്കളോ പുരുഷവർഗ്ഗം...?

സഹധർമ്മിണി

ഓരോ ദിനങ്ങൾ ഞാൻ പിന്നിട്ടിടുമ്പോഴും,
അറിയാതെ ആയിരം കാതം അടുക്കുന്നു!!
അഴകും ഐശ്വര്യവും പണ്ടേയറിഞ്ഞിട്ടും
നിന്നാത്മസൗന്ദര്യം ആശ്ചര്യമാകുന്നു..!!

എൻറെയിഷ്ടങ്ങൾ നീ നിന്നിഷ്ടമാക്കുന്നു
എൻവേദന നിൻറെ ഹൃദയനോവാക്കുന്നു
ഞാനുമെൻ മക്കളും നിൻ ലോകമാകുന്നു
ഞങ്ങൾക്കായ് നീ നിൻറെ നോവ് മറക്കുന്നു

ഞങ്ങളുറങ്ങാനായ് ഉണർന്നിരിക്കുന്നു നീ
ഞാനുണരും മുൻപ് നീയുണർന്നീടുന്നു
എൻകുഞ്ഞിനെ നീ പൊന്ന് പോൽ നോക്കുന്നു
എന്നെ നീ പ്രാണനെപ്പോലെ പാലിക്കുന്നു

ഓരോ നിമിഷവും നിന്നുള്ളിലെ സ്നേഹം-
ഓരായിരം കോടി ഏറെ ഞാൻ കാണുന്നു
നിൻറെയുള്ളിത്ര പരിത്യാഗ പൂർണ്ണമോ?
നിന്നെ മറന്ന് നീ ഞങ്ങളെ പോറ്റുവാൻ

പാതി പകുത്ത് തരുന്നവളെന്നത്രേ
പതിയെപ്പറ്റി പറഞ്ഞു പണ്ടുള്ളവർ
പരിപൂർണ്ണമായവൾ പ്രേമമേകീടുമ്പോൾ
ഞാനും എന്നുള്ളവും ശൂന്യമാകുന്നു....

ഇത്രയേറെ ഭാഗ്യശാലിയാവാൻ ഞങ്ങൾ
അത്രയേറെ സത്കർമ്മങ്ങൾ ചെയ്തുവോ..?
എത്രമാത്രം ആഴമേറിയ സ്ത്രീത്വത്തിൽ
ഇത്രമാത്രം സ്നേഹമുണ്ടോ എൻറീശ്വരാ..?

മോഹമാണിക്യം

അലയാഴിയിലന്നലയുമ്പോൾ ഞാൻ
അങ്ങകലെ കണ്ടൊരുമാണിക്യം
ആഴിയുമർക്കനുമനുഭൂതികൾ തൻ
അമൃത് പകർന്നൊരു വെൺമാണിക്യം..

കനവിൽ ഞാൻ അന്നാമാണിക്യം
കരവലയത്തിൻ കുളിരിലണിഞ്ഞു
കരളിൻ കോണിൽ കളകളമൂതി
കളി പറയുന്നൊരു കിളി മാണിക്യം..

മാരുതനവനുടെ മൃദുവിരലാലെൻ
മിഴിവിടരാനായ് മലർമഴതൂകി
മരുവുകയാണാ പൊൻ മാണിക്യം
മതിയാവാത്തൊരു ദൂരത്തെങ്ങോ..

വെൺപവിഴങ്ങൾ പൊൻമണിമുത്തുകൾ
വൈരക്കല്ലുകൾ വേണ്ടതിലേറെ
വെണ്ണീറാക്കാം ഞാനവയൊക്കെ
വേണ്ടത് വരമെഴുമാ മാണിക്യം..

ചേരുകയെന്നിൽ നീ മാണിക്യം
ചിന്തുക നിൻമധു മണിമാണിക്യം
ചെറുതരമല്ലിന്നിവനുടെയുള്ളിൽ
ചേതോഹരമൊരു ചടുലവികാരം..

പകലിരവില്ലാതലയുന്നു ഞാൻ
പലവുരു നിന്നെ തിരയുന്നു ഞാൻ
പലപലരാഗം പാടുന്നു ഞാൻ
പിരിയരുതേ നീ പൊൻമാണിക്യം..

കനകച്ചെപ്പിലിരുത്താം നിന്നെ
കണിമലരായിക്കാണാം നിന്നെ
കനവുകൾ തൻകലയേകാം നിന്നിൽ
കൈവെടിയരുതേ കതിർമാണിക്യം..

മുത്തുകൾമാത്രം വലവീശുന്നൊരു
മുക്കുവനാണീ ഞാനെന്നിട്ടും
മറയുകയാണോ നീ മാണിക്യം
മിഴിനീരാലെൻ മനമുരുകുമ്പോൾ..

ഏഴാംകടലിനുമിക്കരെയാകാം
എളിയവനിവനുടെയേട്ടുകളെല്ലാം
എങ്കിലുമെന്നുടെ പൊൻമാണിക്യം
എന്നുടെനിനവിൽ നീയാണല്ലോ..

തനിയേ ഞാനെൻ തുഴയേന്തുമ്പോൾ
തിരമാലകളിൽ നിൻ സന്ദേശം
തരുവാനായൊരു ദയയുണ്ടല്ലോ
തളരാതെന്നുടെ താപമകറ്റാൻ..

മനമിത് മെല്ലെപ്പറയുന്നിന്നും
മാണിക്യത്താൽ മിഴികൾ തുറക്കാം
മാണിക്യത്തിൻ മനമറിവായാൽ
മൂകമതാകും മുകുളം പോലും....

മലയാളം

മലയാളം നാം മറക്കാതിരിക്കാം
മാതൃഭാഷതൻ മാറോട് ചേർന്ന്,
മാതൃത്വമെന്നും മരിക്കാതെ നോക്കാം
മലയാളഭാഷതൻ മിഴി നനയാതെ
മറ്റ് ഭാഷകൾ പഠിക്കാൻ ശ്രമിക്കാം

മലയാള നാടിൻറെ ശ്രേഷ്ഠമാം ഭാഷയെ
മക്കൾക്ക് നന്നായ് പകർന്ന് നൽകീടാം
മറുനാടിൻ ഭാഷയും ആദരമേകി,
മാറ്റേറും നമ്മുടെ സംസ്കാര പൈതൃകം
മറഞ്ഞ്പോകാതെ കാത്ത് സൂക്ഷിക്കാം

മലയാൺമയെന്നും ജ്വലിച്ച നിൽക്കട്ടെ,
മണ്ണിന്റെയോർമ്മകൾ ത്രസിച്ച നിൽക്കട്ടെ,
മാതൃഭൂമിയ്ക്കായി ഉണർന്ന് നിൽക്കട്ടെ,
മാതൃസ്നേഹത്തിൽ ലയിച്ച നിൽക്കട്ടെ,
മലയാളി ഹൃദയങ്ങൾ വിടർന്ന് നിൽക്കട്ടെ.

കുഞ്ഞിൻറെ ലോകം

കുഞ്ഞിൻ മനസ്സിലെന്ത്.. ആ ചിന്തയെന്ത്..?

പാടില്ലാത്തതെന്ത്... പാലിക്കേണ്ടതെന്ത്....?
പറയേണ്ടതും പറഞ്ഞ്കൂടാത്തതുമെന്ത്..?
അറിഞ്ഞതെന്ത്.. അറിയാത്തതെന്ത്...?
ഉണ്ണേണ്ടതും ഉഴപ്പേണ്ടതുമെന്ത്....?
കളിക്കേണ്ടതെന്ത്.. കളയേണ്ടതെന്ത്...?
കാണുന്നതും കാണേണ്ടതുമെന്ത്...?
തൊടുന്നതെന്ത്... തൊട്ടുകൂടാത്തതെന്ത്..?

കുഞ്ഞിൻ മനസ്സിലെന്ത്.. ആ ചിന്തയെന്ത്..

കുഞ്ഞിനെല്ലാം കൗതുകം..!
കുഞ്ഞിൻചെയ്തികൾ വിചിത്രം..!
വേദനിച്ചാൽ ചിണുക്കം..!
ചിരിയുതിർന്നാൽ തിളക്കം..!
തളർന്ന് പോയാൽ മയക്കം..!
ആ കുഞ്ഞിൻറെ ലോകം മനോഹരം..!

പുനഃസമാഗമം

വാനം പെയ്തിറങ്ങി
കാലത്തിൻ കണ്ണീരായി
മേഘം നിറഞ്ഞൊഴുകി
വിണ്ണിൻ വിഷാദമായി
രാവിൻ വിമൂകമാം
നിദ്രയെ തൊട്ടുണർത്തി
ഏതോ പ്രതീക്ഷകൾ
ഓർമ്മകൾ തിരികയെത്തി

ഒരുതുഴയാൽ തുഴഞ്ഞ്
ഓളത്തിൽ ഒഴുകിയെത്തി
ഇരു കരയിൽ പിരിഞ്ഞ്
ഇവിടെ നാമരികെയെത്തി
ഇരവിനും പകലിനും
അകലുവാനറിയാത്ത
സായാഹ്നമായ് നിറഞ്ഞു...

മൗനം മറഞ്ഞുനിന്നു
നിനവിൻ നിശ്വാസമായി
മിഴികൾ നനഞ്ഞൊഴുകി
വിരഹ നിരാശരായി
മാനം ഉറഞ്ഞ്കൂടി
നിലാവിൻ നിറം മയങ്ങി
ഏതോ വിഷാദകാവ്യം
വീണ്ടും അരികിലെത്തി

ഒരുമെയ്യായ് അലിഞ്ഞലിഞ്ഞ്
ഒടുവിൽനാം ഓടിയെത്തി
ഇരുമെയ്യ് പിരിയാതെ നാം

ഇന്നീ കലാലയത്തിൽ
അറിവിനും അഴലിനും
പറയുവാനാകാത്തൊരു
അർത്ഥം അറിഞ്ഞ് നിന്നു...

പൊയ്പോയ വസന്തം

കുളിരായ് കാറ്റിൻ കരവിരുതിൽ
അറിയാതോർമ്മകളൊഴുകീ സിരയിൽ
അനുരാഗത്തിൻ താളുകളിൽ
മനസ്സുകൾ പരതീ പഴയ ശീലുകൾ...

മൗനം രാവിൻ മാറിലുറങ്ങീ
മേഘം മഴയുടെ മടിയിൽ തേങ്ങീ
ഓർമ്മകളതിനിടയിൽ വെൺമിന്നീ
ഇടനാഴികൾ വീണിലകൾ തിങ്ങീ
ഈറനണിഞ്ഞൂ മിഴിയും മനവും

പൊയ്പോയൊരു മധുമാസം തന്നത്
കയ്പോ കനവോ കനലിൻ നോവോ...?

ഓർമ്മകളോടിയെത്തി

ഒന്നായ് ന്തുഴഞ്ഞ് നാമെത്തീയീ തീരത്തെ
ഓളങ്ങൾ താളം മറന്ന്പോയോരത്ത്...
ചാരത്ത് വന്ന് നീ പാടുന്ന പാട്ടിലെ
പ്രണയം മഴയായ് പൊഴിഞ്ഞത് പോലെ..
ഓർമ്മകളോടിയെത്തീ... ഒരായിരം നീർത്തുള്ളിയായ്

ഇന്നലെ തളിരിട്ട പൂഞ്ചെടി തളിരിൻറെ
നാണം മറന്നൊരു കാറ്റിൻതലോടലിൽ...
രാവിൻ നിലാവിൽ നിൻ മൗനം മരിക്കുന്ന
നെടുവീർപ്പിലാഴ്ന്ന് മറഞ്ഞത് പോലെ..

ഓർമ്മകളോടിയെത്തീ... ഇരുളിന്റെ കുളിർകാറ്റുമായ്

പണ്ടേ പറന്നൊരു പക്ഷിതൻ ചിറകിൻറെ
പ്രകമ്പനം നിറയുമിന്നിൻ ഇടനാഴിയിൽ
കാൽപെരുമാറ്റത്തിൽ കൊഴിഞ്ഞ് വീണിലകൾ
കരയാതെ വാവിട്ട് തേങ്ങിയ പോലെ..

ഓർമ്മകളോടിയെത്തീ... കാലത്തിൻ കണ്ണീരുമായ്

വിരഹ നിശ്വാസങ്ങൾ

നിലാവിൻ നിറം ളുകി പെയ്യും മഴയുടെ,
നിഴൽ വീഴ്ത്തി മിന്നൽപിണർപോലെ
ഒളിമിന്നിയെത്തിടും ഓർമ്മകളേ..
നിങ്ങൾക്ക് രാവിൻ നിറഭേദമറിയാമോ?
നിർമ്മല വെൺമയോ, നിണമേറും ചോപ്പോ
നഷ്ടനിശ്വാസങ്ങൾ തൻ നൽക്കറുപ്പോ

സരസ്വതീക്ഷേത്രാങ്കണത്തിൽ,
ഈ സങ്കൽപ്പസ്നേഹത്തുരുത്തിൽ
സൗഹൃദബിംബങ്ങളുടച്ച് തകർക്കുന്ന
കാലത്തിൻ കൽത്തുൺകരുത്തിൽ
വിരൽതട്ടി വീണ വിമൂകമാം ബന്ധങ്ങൾ
വിസ്മരിച്ചീടുമോ.... നമ്മൾ.... വിരഹമറിഞ്ഞീടുമോ...?

ഇണചേരുമിടനാഴിയിൽ,
ഈറനണിഞ്ഞോരീരടിപ്പാതയിൽ
ഇലകൾ തളർന്ന് കൊഴിഞ്ഞ് വീഴുന്ന
ഇന്നിൻറെ ക്രൂരമാം കാറ്റിൽ
ഇരുൾമൂടി മാഞ്ഞ മനോജ്ഞമാം മോഹങ്ങൾ
തിരസ്കരിച്ചീടുമോ... നമ്മൾ... മരണം വരിച്ചീടുമോ...?

www.ingramcontent.com/pod-product-compliance
Lightning Source LLC
LaVergne TN
LVHW090335210926
848480LV00004B/1421
* 9 7 9 8 9 0 5 4 0 0 3 9 1 *